The Dance of the Caterpillars
Bilingual Vietnamese - English

Thank you to my wonderful husband, Doug, for his patience throughout the years with my late night writing habits and eccentric ways. A special note of gratitude to my daughter, Charlie, for insisting I could do this. And thank you to everyone who read *How The Fox Got His Color* and *Where Hummingbirds Come From* and enjoyed them, prior to publication.

Khi màn đêm buông xuống và mặt trăng vừa mới
lên cao

In the fall, when the moon is just right….

Tận sâu trong cổ họng, tiếng kêu ồm ộp của những chú ếch là những tiếng "- Bùm- bùm bùm"".

The deep throated croak of the toads goes "boom – boom - boom."

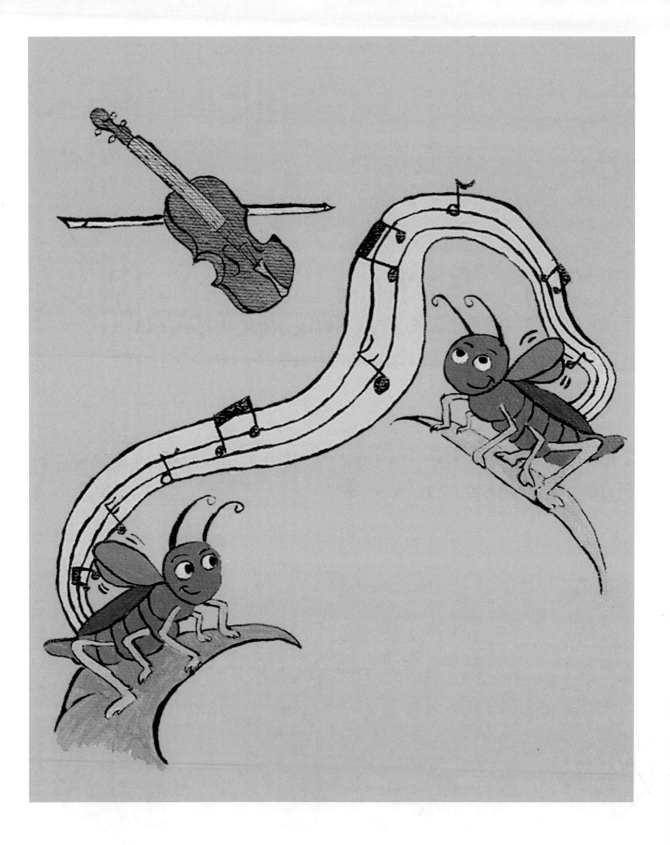

Âm thanh giống như tiếng kéo violon lan tỏa trong không gian... khi những chú dế cọ xát những đôi cánh lại với nhau.

A sound, like that of a fiddle, drifts through the air… when the crickets rub their wings together.

Sau đó, những chú ếch bắt đầu hát, thật ngọt ngào biết bao

Then the frogs begin to sing, ever so sweetly.

Bị mê hoặc bởi âm nhạc và như dẫn dắt vào xứ sở thần tiên

Enchanted by the music and led by fairies ….

Các sâu bướm tụ họp lại trong vườn, giữa những bông hoa và những chú lùn giữ của (gnomes)

The caterpillars gather in the garden, among the flowers and gnomes.

Và ở đó, chúng bắt đầu nhảy múa.Chúng lắc lư và rung rinh như thể những điều kì diệu đang bay trên chúng.

And there, they begin to dance. They wiggle and shake as fairies fly above them.

Chúng nhảy múa dưới những chiếc lá rụng và trên đầu những cây nấm.

They dance under fallen leaves and on top of mushrooms.

Ở một phía khác,tiếng "cha - cha - cha" được cất lên tại một bên của ngôi chùa

One behind the other, they "cha – cha – cha" up one side of the pagoda,

Trên đầu

over the top

và xuống phía bên kia.

and down the other side.

Bên dưới chiếc cầu vườn chúng đi qua

Underneath the garden bridge they go,

Bên trong chùa ....

Inside the pagoda....

sau đó ra là đầu ngược lại.

then out the opposite end.

Các nàng tiên, cũng bị cuốn hút theo ... .

The fairies, ever vigilant……

Và bay đến phía trước của đàn sâu bướm đang nhảy múa.

fly in front of the dancing caterpillars.

Giữa những bông hoa được coi là của phái đẹp – những đôi dép lê và xung quanh các đóa hoa păng xê. Chúng thật thú vị biết bao !

Between the flowers called lady's - slippers and around the pansies. They have so much fun!

Chúng nhảy múa trên cả con đường mòn dẫn tới những bụi hoa cúc

They dance across the path right into the daisies.

Lên trên cả những gốc cây già nua

Up onto the top of the old tree stump,

chúng nhảy múa ngay cả phía dưới cây nấm.

where they dance beneath a mushroom.

Những thiên thần rắc những hạt bụi diệu kỳ giữa những điệu nhảy của sâu bướm

The fairies sprinkle magic dust amongst the dancing caterpillars.

Đàn sâu bướm bắt đầu quay ... ...vòng quanh và vòng quanh.

The caterpillars begin to spin………….around and around.

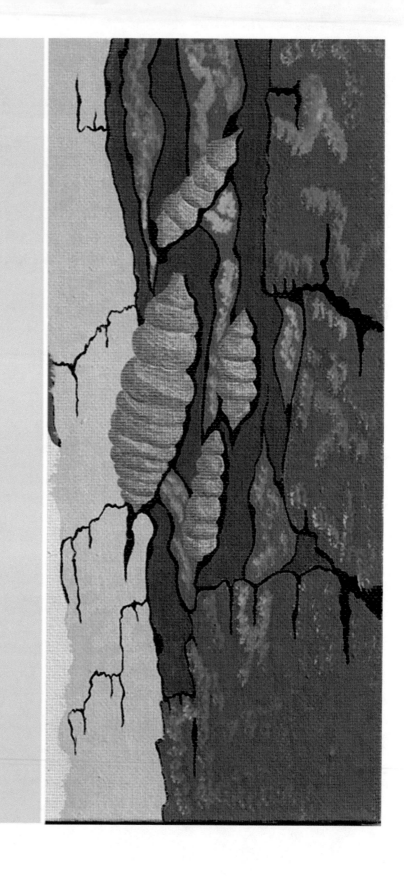

Cho đến khi chúng hoàn toàn được bảo vệ trong bụi thần tiên .Vũ điệu của những chú sâu bướm được bao bọc an toàn trong kén của chúng khi mùa đông tới gần

Until they are fully covered in fairy dust. The dance of the caterpillars has securely wrapped them within their cocoons for the winter.

About the Author

"Alphabet Alliteration" is a new twist on an old subject, learning the English alphabet. "How The Fox Got His Color" and "Where Hummingbirds Come From" are picture books for children ages 3 - 6 years of age. "The Dance of The Caterpillars", a lesson in prepositions is designed for 2nd grade students. "The Gnomes of Knot-Hole Manor" is a chapter book targeting 3rd graders. It teaches words with silent letters and words that sound the same but are spelled differently.

"Catherine's Travels" is an historic novel that takes place in Missouri during the 1800's. Catherine and her family flee war torn Austria seeking a new life in America. Disaster strikes and Catherine finds herself alone in the wilderness.

"Catherine's Travels Book 2 ~ Lawson's Search" After Lawson's beautiful wife, Catherine, is kidnapped he embarks on a search that will take him across the United States, over the Rocky Mountains and into the land of the Navajo. Catherine will take a terrifying, yet rewarding journey with her husband's starch enemy. Blue Eyes goes on a vision quest that will change his life forever.

Adele is an artist as well as a published author. Her books are currently available on the internet (Amazon and Barnes and Noble), through her web site (http://www.creationsbycrouch.com), and on Kindle and Nook

Creations by Crouch is making an attempt to produce bilingual books that will not only assist people in learning the language of their choice, but also to preserve (in some small way) languages that are in danger of becoming extinct. With that in mind, Adele is always on the lookout for translators of new and endangered languages. Please feel free to contact Adele if you are a native speaker of any Native American languages.

Adele's children's books have become popular with English as a second language students and foreign language students all over the world and are on the top 10 list of ESL study material on Amazon. Her website is filled with study material to help people study foreign languages. It includes - vocabulary lists, MP3 files, and even has a list of the questions you need to know to pass the US citizenship exam. All of this is free to the viewer. See: www.creationsbycrouch.com
        If you wish to contact Adele, you can email: Adele@creationsbycrouch.com

How the Fox Got His Color

Bilingual Vietnamese - English

Cáo đã nhận ra màu sắc của mình như thế nào.

Illustrated by Megan Gibbs

Written by Adele Marie Crouch

Translated by Dang Manh Kha

Where Hummingbirds Come From

Bilingual Vietnamese - English

Nơi mà chim ruồi bắt nguồn

Written by
Adele Marie
Crouch

Illustrated by
Megan Gibbs

Translated by
Dang Manh Kha

Made in the USA
Monee, IL
22 November 2020